வணணத்துப் பூச்சி

வி.எஸ்.ரோமா

ISBN 978-1-63940-577-0

பொருளடக்கம்

1

பட்டாம்பூச்சிஅல்லதுவண்ணத்துப் பூச்சிஅல்லதுவண்ணாத்திப் பூச்சி(butterfly) என்பது கண்ணைக் கவரும், மிக அழகான நிறங்க-ளில் இறக்கைகள் உள்ள பறக்கும்பூச்சிஇனமாகும். பற்பல வண்ணங்க-ளில் இறக்கைகள் கொண்டு, அழகாக இருப்பதனால், இவை வண்ணத்-துப் பூச்சி எனவும் அழைக்கப்படுகின்றன.

இப்பூச்சிகள் மலர்களில் இருந்து தேனைஉறிஞ்சிப் பருகுவதும், மிக ஒடிசலாக இங்கும் அங்கும் சிறகடித்துப் பறப்பதும் பலரையும் கண்டு களித்து இன்புறச்செய்யும். முட்டையிலிருந்து, குடம்பிநிலையில் புழுவாக அல்லது மயிர்க்கொட்டியாக உருமாறி, பின்னர் கூட்டுப்புழு எனப்படும் உறங்கு நிலைக்குப் போய், பின்னர் அழகான பட்டாம்பூச்சியாய் உரு-மாற்றம் பெறுவது மிகவும் வியப்பூட்டுவதாகும்.

.பொதுவில் இரவில்இரை தேடும் விட்டில் பூச்சிகளும்இந்த செதி-லிறகிகள் இனத்தில் அடங்குபவை.உண்மைப் பட்டாம்பூச்சிகள்(பாப்பி-லியோனோய்டியா), தலைமைப் பட்டாம்பூச்சிகள் (எசுபெரியோடியா), அந்துப்பூச்சி பட்டாம்பூச்சிகள் (எடிலோய்டியா) முதலிய பலவும் இக்-குடும்பத்தைச் சார்ந்தவைகளாகும்.40-50 மில்லியன் ஆண்டுகளுக்கு முந்தைய இடை இயோசீன்சகாப்தத்துடன் பட்டாம்பூச்சிப் படிமங்கள் தொடர்புடையனவாக நம்பப்படுகிறது

பட்டாம்பூச்சிகளில் 15,000 முதல் 20,000 வகையான பல்வேறு உள்ளினங்கள் உள்ளன. இவற்றில் மிகப்பெரியதான பட்டாம்பூச்சியானது பப்புவா நியூகினிநாட்டில் காணப்படும் குயின் அலெக்ஸாண்டிரா என்ப-தாகும்.

அது தன் இறக்கைகளை விரித்திருக்கும் பொழுது 28 செ.மீ நீளம் இருக்கும். அமெரிக்காவில்காணப்படும் மேற்குக் குட்டிநீலம் எனப்-

படும் பட்டாம்பூச்சி இறக்கையை விரித்திருக்கும் பொழுது 1 செ.மீ தான் இருக்கும். பட்டாம்பூச்சியின் இறக்கைகளில் காணப்படும் நிறங்கள் மிகப்பலவாகும். அதில் காணப்படும் நிறவடிவங்களும் கோலங்களும் அழகு வாய்ந்தவை. பட்டாம்பூச்சிகள் உலகில் பெரும்பாலான இடங்களில் வாழ்கின்றன. மிகப்பலவும் வெப்ப மண்டலக் காடுகளில்வாழ்ந்தாலும், சில குளிர்மிகுந்த உயர் மலைப்பகுதிகளிலும் இமயமலையிலும்.கனடாவின்வடமுனைக்குஅருகான...........பகுதியிலும்கடும் வெப்பம்நிறைந்த பாலைநிலங்களிலும் கூட வாழ்கின்றன

இப்பூச்சிகள் பல்லுருத்தோற்றத்தைவெளிப்படுத்தினாலும் ஒன்றைப் போல.... மற்றொன்றின் தோற்றம், பண்புகள், ஒலியெழுப்புதல், இருப்பிடம் முதலியவற்றில் ஒன்றுபட்டு வண்ணத்துப்பூச்சிகளாகவே காணப்படுகின்றன. சில பட்டாம்பூச்சிகள் வியப்பூட்டும் விதமாக வெகுதொலைவு (3,000 கிலோ மீட்டருக்கும்அதிகமான தொலைவு) வலசையாகப்பறந்து செல்கின்றன (எ.கா: வட அமெரிக்க செவ்வரசு பட்டாம்பூச்சி (monarch butterfly, மானார்க் பட்டாம்பூச்சி) சிலவகைப் பட்டாம்பூச்சிகள் ஒருசெல் உயிரினங்கள், ஈக்கள், எறும்புகள், முதுகெலும்பற்றவை மற்றும் முதுகெலும்புள்ளவை போன்றவற்றுடன் ஒட்டுண்ணிகளாகவும்வாழ்கின்றன.

* வண்ணத்துப் பூச்சிகள் பூச்சி வகையைச் சேர்ந்தவை.

* வண்ணத்துப் பூச்சியின் வாழ்க்கை நான்கு பருவங்களைக் கொண்டது.

முட்டைப் பருவம், இளம் புழு பருவம், கூட்டுப்புழு பருவம், வண்ணத்துப் பூச்சி பருவம்.

* வண்ணத்துப் பூச்சிகள் தங்கள் முட்டைகளை உடலில் இருந்து வெளிவரும் பசையால் செடிகளில் ஒட்டச் செய்யும்.

* புழுவாக இருக்கும் பருவத்தில் தாவரங்களைச் சாப்பிடும்.

* முழுமையாக வளர்ந்த புழு, தனது மேல் தோலை உரிக்கும் முன்பு மரக்கிளை அல்லது இலையில் ஒட்டி வாழும். மேல் தோல் உரிந்த நிலையில் அதற்குப் பெயர் 'பொற்புழு' (chrysalis).

* பொற்புழு நிலையிலிருந்தே வண்ணத்துப் பூச்சி உருவாகும்.

* வண்ணத்துப் பூச்சி தனது சிறகை முதல் தடவை விரிப்பதற்குச் சில மணிநேரங்கள் எடுத்துக்கொள்ளும். உடலுக்குள் ரத்தம் பாய்வதற்கும், இறக்கை உலர்வதற்கும்தான் அந்த அவகாசம்.

* வண்ணத்துப் பூச்சிக்கு நான்கு இறக்கைகள் உள்ளன.

* பொதுவாக வண்ணத்துப் பூச்சிகளின் இறகுகள் வெளிர் நிறத்தில் இருக்கும்.

குட்டிக் குட்டி வடிவமைப்புகளில் வண்ணம் மாறுபடும்.

* மலரிலிருந்து தேனை எடுத்துத்தான் பெரும்பாலான வண்ணத்துப் பூச்சிகள் உண்கின்றன.

* வண்ணத்துப் பூச்சி தன் கால்களால் ருசியை உணர்கிறது.

* உலகில் இதுவரை 15 ஆயிரம் முதல் 20 ஆயிரம் வகை வண்ணத்துப்

பூச்சிகள் இருப்பதாக விஞ்ஞானிகள் குறிப்பிடுகின்றனர்.

* 'மொனார்க்' எனப்படும் வண்ணத்துப் பூச்சி இனங்கள், நீண்ட தூரம் பறந்து

இடம் பெயரக்கூடியவை. 4,000 கிலோமீட்டர் வரைகூடச் செல்லும்.

இடம் பெயர்ந்த வண்ணத்துப் பூச்சிகள் முட்டையிட்டுக் குட்டி

வண்ணத்துப் பூச்சிகள் வெளியே வரும்போது, தங்கள் பெற்றோர்

பயணத்தைத் தொடங்கிய இடத்திற்கு வரும் ஆற்றல் பெற்றவை.

மனதை மயக்கும் வண்ணத்துப் பூச்சிகள்

நாம் தினம் தினம் பார்த்துக்கொண் டிருந்த ஒரு பூச்சி இனம் இன்று காண்பதற்கே அரிதான ஒரு விஷயமாக மாறிவிட்டது என்று சொன்னால் அது மிகையாகாது. காடுகள் அழிக்கப்பட்டு வீடுகளாக மாறியதும் நம் வாழ்க்கை முறை மாற்றமும்தான் அந்தப் பூச்சி அரிதான பூச்சியாக மாற மூல காரணம். ஆம்; வண்ணத்துப்பூச்சியைப் பற்றித்தான் சொல்கிறோம். பட்டாம்பூச்சி அல் லது வண்ணத்துப்பூச்சி அல்லது வண்ணாத்திப்பூச்சி (butterfly) என்பது கண்ணைக் கவரும், மிக அழகான நிறங்களில் இறக்கைகள் உள்ள பறக் கும் பூச்சி இனமாகும். பற்பல வண்ணங்களில் இறக்கைகள் கொண்டு, அழகாக இருப்பதனால், இவை வண்ணத்துப் பூச்சி எனவும் அழைக்கப்படுகின்றன.

இப்பூச்சிகள் மலர்களில் இருந்து தேனை உறிஞ்சிப் பருகு வதும், மிக ஒடிசலாக இங்கும் அங்கும் சிறகடித்துப் பறப்பதும் பலரையும் கண்டுகளித்து இன்புறச் செய்யும். முட்டையிலிருந்து, குடம்பி நிலையில் புழுவாக அல்லது மயிர்க்கொட்டியாக உருமாறி, பின்னர் கூட்டுப்புழு எனப்படும் உறங்கு நிலைக்குப் போய், பின்னர் அழகான பட்டாம்பூச்சி-யாய் உருமாற்றம் பெறுவது மிகவும் வியப்பூட்டுவதாகும். பட்டாம்பூச்சிகள்

உயிரின வகைப்பாடுகளில் லெப்பிடோப்டரா (Lepidoptera) என்னும் அறிவியல் பெயர் தாங்கிய குடும்பத்தைச் சேர்ந்தவை. இந்த அறிவியல் பெயரில் உள்ள லெப்பிசு என்பது செதில் என்று பொருள்படும், தெரான் (pteron) என்பது இறக்கை (சிறகு) என்று பொருள்படும். எனவே பட்டாம்பூச்சிகள் செதிலிறகிகள் என்னும் இனத்தைச் சேர்ந்தவை.

பொதுவில் இரவில் இரை தேடும் விட்டில் பூச்சிகளும் இந்த செதிலிறகிகள் இனத்தில் அடங்குபவை. உண்மைப் பட்டாம்பூச்சிகள் (பாப்பிலியோனோய்டியா), தலைமைப் பட்டாம்பூச்சிகள் (எசுபெரியோடியா), அந்துப்பூச்சி பட்டாம்பூச்சிகள் (எடிலோய்டியா) முதலிய பலவும் இக்குடும்பத்தைச் சார்ந்தவைகளாகும். சுமார் 40-50 மில்லியன் ஆண்டுகளுக்கு முந்தைய இடை இயோசீன் சகாப்தத்துடன் பட்டாம்பூச்சிப் படிமங்கள் தொடர்புடையனவாக நம்பப்படுகிறது. பட்டாம்பூச்சிகளில் 15,000 முதல் 20,000 வகையான பல்வேறு உள்ளினங்கள் உள்ளன. இவற்றில் மிகப்பெரியதான பட்டாம்பூச்சியானது பப்புவா நியூகினி நாட்டில் காணப்படும் குயின் அலெக்ஸாண்டிரா என்பதாகும். அது தன் இறக்கைகளை விரித்திருக்கும் பொழுது 28 செ.மீ நீளம் இருக்கும்.

அமெரிக்காவில் காணப்படும் மேற்குக் குட்டி நீலம் எனப்படும் பட்டாம்பூச்சி இறக்கையை விரித்திருக்கும் பொழுது 1 செ.மீதான் இருக்கும். பட்டாம்பூச்சியின் இறக்கைகளில் காணப்படும் நிறங்கள் மிகப்பலவாகும். அதில் காணப் படும் நிறவடிவங்களும் கோலங்களும் அழகு வாய்ந்தவை. பட்டாம் பூச்சிகள் உலகில் பெரும்பாலான இடங்களில் வாழ்கின்றன. மிகப்பலவும் வெப்ப மண்டலக் காடுகளில் வாழ்ந்தாலும், சில குளிர்மிகுந்த உயர் மலைப்பகுதி களிலும் (இமயமலையிலும்), கனடாவின் வடமுனைக்கு அருகான பகுதியிலும், கடும் வெப்பம் நிறைந்த பாலைநிலங் களிலும் கூட வாழ்கின்றன.

இப்பூச்சிகள் பல்லுருத்தோற்றத்தை வெளிப்படுத்தினாலும் ஒன்றைப் போல மற்றொன்றின் தோற்றம், பண்புகள், ஒலியெழுப்புதல், இருப்பிடம் முதலியவற்றில் ஒன்றுபட்டு வண்ணத்துப்பூச்சிகளாகவே காணப்படுகின்றன.

சில பட்டாம்பூச்சிகள் வியப்பூட்டும் விதமாக வெகுதொலைவு (3,000 கிலோ மீட்டருக்கும் அதிகமான தொலைவு) வலசையாகப் பறந்து செல்கின்றன (எ.கா: வட அமெரிக்க செவ்வரசு பட்டாம்பூச்சி மானார்க் பட்டாம்பூச்சி) சில வகைப் பட்டாம்பூச்சிகள் ஒரு செல் உயிரினங்கள்,

ஈக்கள், எறும்புகள், முதுகெலும்பற்றவை மற்றும் முதுகெலும்புள்ளவை போன்றவற்றுடன் ஒட்டுண்ணிகளாகவும் வாழ்கின்றன.

இதனுடைய வாழ்நாள் மிகக் குறைவு. இரண்டு நாள் முதல் இரண்டு வாரங்களுக்குள் இறந்துவி,டுகிற அல்லது மற்ற உயிரினங்களுக்கு இரை-யாகும் பட்டாம்பூச்சிகள் இருக்கின்றன. இப்படி பட்டாம்பூச்சிகளைப் பற்றி நிறைய சொல்லிக்கொண்டே போகலாம்.

"ஒரு நந்தவனத்தின் அழகே அங்கே படபடத்துக் கொண்டிருக்கும் பட்டாம்பூச்சிகள்தான்" என்கிறார் கவிஞர்வில்லியம் வேர்ட்ஸ்வொர்த்.

வண்ணத்துப் பூச்சிகளின் அழகு பார்ப்போரை மெய்சிலிர்க்க வைக்-கின்றன. விதம் விதமான வடிவங்களில் பல்வேறு நிறங்களில் வண்ண-மயமாய்க் காட்சியளிப்பவைதான் வண்ணத்துப் பூச்சிகள் (Butterflies). இவை பட்டாம்பூச்சி என்றும் அழைக்கப்படுகின்றன.

வண்ணத்துப் பூச்சிகளில் 15,000 முதல் 20,000 வகையான பல்-வேறு வகை இனங்கள் இருப்பதாக ஆராய்ச்சியாளர்கள் கூறுகின்றனர்.

பொதுவாக அனைத்து பூச்சிகளைப் போன்றும் வண்ணத்துப் பூச்சி-களுக்கும் 6 கால்கள் உள்ளன. அதோடு உடல் மூன்று பகுதிகளாக தலை, நெஞ்சுப் பகுதி மற்றும் வயிற்றுப் பகுதி என்பவற்றையும் இரண்டு உணர்கொம்புகளையும் மிகச் சிறிய இரு கண்களையும் உடலைவிடவும் பெரிய அழகான வண்ணங்களைக்கொண்ட இரு பக்கமும் சமாந்திரமான இரு சிறகுகளையும் கொண்டுள்ளன. வண்ணத்துப் பூச்சிகளின் உடல் மிகச் சிறிய நுண்ணிய மயிர்களால் சூழப்பட்டுள்ளது.

ஆட்டிக் அண்டாட்டிக் பகுதிகளைத்தவிர்ந்த உலகின் எல்லாப் பாகங்களிலும் வண்ணத்துப் பூச்சிகள் வாழ்கின்றன. ஒவ்வொரு சூழலுக்-கும் ஏற்றவித்தில் அவற்றின் ஆயுள் காலம், உடலமைப்பின் தன்மை என்பன வேறுபடுகின்றன.

முட்டையிடத் தயாரான நிலையில் உள்ள பெண் வண்ணத்துப் பூச்சி முதலில் பாதுகாப்பான ஒரு இடத்தைத் தெரிவுசெய்கின்றது. பின்னர் ஒரு தாவரத்தின் இலைகளின் அடிப்பாகத்திலோ அல்லது தண்டுப்பகுதி-யிலோ முட்டைகளை இடுகின்றது. அதிகமான சந்தர்ப்பங்களில் இலை-யின் தண்டுப்பகுதியில் இடக் காரணம் அம்முட்டைகளுக்கு வெயி-லிலும் மழையிலும் இலை குடையாக இருப்பதற்காகவும் சிலபோது இலை சேதத்திற்குள்ளானாலும் தண்டு உறுதியாக இருப்பதால் அதிலி-ருந்து முட்டைகள் வளர்ச்சியடைய முடியும் என்பதாலுமாகும். எவ்வளவு

நுணுக்கமாக செயற்படும் திறனை அல்லாஹ் அவற்றுக்கு வழங்கியுள்-
ளான் என்று பாருங்கள்.

ஒரு பெண் வண்ணத்துப் பூச்சி ஒரு தடவையில் நூற்றுக்கணக்கான
முட்டைகளை இடுகின்றது. சில வண்ணத்துப் பூச்சிகளின் முட்டைகள்
எமது வெற்றுக் கண்களால் காண முடியாதளவு மிகச் சிரியதாகவும்
அனேகமானவற்றின் முட்டைகள் 2.5 மில்லி மீட்டர் வரையிலும் பல்-
வேறு நிறங்களிலில் காணப்படும்.

இரண்டாம் கட்டம் — கம்பளிப்புழு

தாய் முட்டையை இட்டுவிட்டுச் சென்றதும் அதிலிருந்து கம்பளிப்
புழுக்கள் வெளிவருகின்றன. வெளிவரும் கம்பளிப்புழு தனது முட்டை-
யின் மீதி செல்களை உண்டுவிட்டு தனது வாழ்வைத் துவங்குகின்-
றது. பின்னர் அது அருகில் உள்ள இலைகளையும் உண்ண ஆரம்-
பிக்கின்றது. கம்பளிப் புழுவாக இருக்கும்போது ஒரு நாளில் தனது
உடல் எடையையிடவும் அதிகமான உணவுகளை உட்கொண்டு துரித-
மாக வளர்ச்சியடைகின்றது.

கம்பளிப்புழு நிலையில் குளவி, குறுவி, ஓனான் என பலவற்றுக்கும்
இவை இறையாவதால் பிற உயிரிணங்களிடமிருந்து தம்மைப் பாதுகாத்-
துக்கொள்ள அல்லாஹ் இவற்றின் உடல் நிறத்தை அவை வாழும் சூழ-
லின் நிறத்திற்கு ஏற்ப இசைவுபடுத்திக்கொடுத்துள்ளான். எனவே இவை
அனேகமாக பச்சை, பழுப்பு, கருப்பு போன்ற நிறங்களில் இருக்கும்.
அத்தோடு அவற்றின் உடலில் அழகழகான நிற வலயங்கள் 9 முதல்
15 வரை தோன்றும். இன்னும் சில வற்றின் உடலில் மயிர்கள் காணப்-
படும். இவை உடலில் பட்டால் கடுமையாக அலட்சியை ஏற்படுத்தும்.
இவைதான் மயிர்கொட்டி என அழைக்கப்படுகின்றன. மயிர்கொட்டியாக
இருக்கும்போது நாம் யாரும் அதனை நெருங்க மாட்டோம். அதுவே
அழகிய வண்ணாத்தியாக மாறினால் எமது கைகளில் வைத்துக் கொஞ்ச
ஆசைப்படுவோம்.

இந்நிலையில் அவை மூன்று ஜோடி முன்னங்கால்களையும் ஐந்து
ஜோடி பின்னங்கால்களையும் தலை வயிறு என அனைத்து உறுப்புக-
ளையும் கொண்டவையாக இருக்கும். மூன்று வாரங்களில் அதிகமாக
உணவு உட்கொண்டு 2700 மடங்கு அதன் உடல் எடையை அதிகரித்து
கொள்ளும். அப்போதுதான் அடுத்த கட்டத்தில் உணவின்றி இருக்க
முடியும்.

மூன்றாம் கட்டம் — கூட்டுப்புழு

இந்தக் கட்டத்தில் கம்பளிப்புழு பாதுகாப்பானதொரு இடத்தில் ஒதுங்கி ஒரு மரக்கிளையிலோ, அல்லது ஒரு கல்லிலோ தனது பின்னங்கால்கள் மூலம் தலைகீழாக J வடிவில் தொங்கிக்கொள்கின்றது. இச்சமயம் உணவுட்கொள்வதும் இல்லை. இதுதான் முக்கியமான கட்டம். கம்பளிப் புழு வண்ணாத்துப் பூச்சியாக மாறுவதற்கான வளர்ச்சிக்கட்டங்கள் அனைத்தும் இங்குதான் நிகழ்கின்றன.

கூட்டுக்குள் அடங்கி 12 மணி நேரங்களுக்குப் பின், செயற்பாடுகள் ஆரம்பிக்கும். வண்ணத்து பூச்சிக்கு தேவையான வளர்ச்சியுடன் வயிற்று பகுதிக்கு மேல் 24 தங்க நிற வண்ணம் உடைய வளையமும், 12 தங்க நிற வளையம் வயிற்று பகுதிக்கு கீழும் தெரிய ஆரம்பிக்கும். இந்த நிலையில் அவற்றுக்கு கண்கள் தெரியாது, இந்த கூட்டு புழுவின் உள்ளே முதல் பதினாரு மணி நேரத்தில் ஒரு பச்சை நிறத்திலான திரவம் உருவாகி அதன் உட் பாகங்கள் உருவாகும், அதன் வெளிப்புறத்தில் உள்ள செல் அடுக்குகளே இறுதியில் வண்ணத்து பூச்சியின் இறகுகளாக உருமாறும். இந்த நிலையிலும் கூட அவைகளுக்கு வண்ணத்து பூச்சு என்ற தோற்றம் கூட இருக்காது.

இரண்டு வாரங்களுக்கு பிறகு அதன் வயிற்றில் இருக்கும் திரவத்தை இறக்கைப் பகுதிக்கு அழுத்த (Pump) அடுத்த பதினைந்து நிமிடங்களில் அது பறக்க தயாராகி கூட்டுப் புழுவில் இருந்து மெதுவாக வெளியேறிவிடும், என்றாலும் உடனே பறக்க முடியாது. இரண்டு மணிநேரத்துக்குள் அதன் இறக்கைகளை உளற வைத்துக்கொள்ள வேண்டும். இதன்பின்னர்தான் முழு வண்ணத்து பூச்சியாக உருவெடுக்கும்,

நானகாம் கட்டம் — வண்ணாத்துப் பூச்சி

அழகிய வண்ணத்துப்பூச்சி. தற்போது அதற்கு ஆறு கால்களும் நான்கு இறக்கைகளும் இருக்கும். உயர்ந்த உணர் திறன் கொண்ட அதன் இரண்டு கண்களில் 6000 கண்ணாடி வில்லைகள் (Lenses) காணப்படும். புற ஊதா உட்பட அனைத்து வண்ணங்களையும் பார்க்க கூடியதாக இருக்கும். அதன் கண்களிலிருந்து மூளைக்கு வரும் 72000 மின்துடிப்புகள் (Electrical pulses) பார்க்கும் பொருட்களை அர்த்தம் உள்ள உருவமாக மாற்றிக்கொடுக்கும்.

இனி அவை புக்களில் தேனருந்தப் பறந்து விடுகின்றன. இப்பருவத்தில்

தனக்கான துணையையும் தேடிக்கொள்கின்றன. அயல்மகரந்தச் சேர்க்கைக்கும் உதவுகின்றன

பிறந்து முதல் அதிகமானவை 3 வாரங்களே உயிர்வாழ்கின்றன. ஆனால் மொனார்ச் (Monarch) வகை வண்ணத்திகள் வருடக்கணக்கில்......

உயிர்வாழ்வதோடு 3000 இற்கும் அதிகமான மைல்கள் கடந்து கண்டம் விட்டு கண்டம் பறந்து செல்லும் திறன்கொண்டவையாகவும் உள்ளன.

மிகப் பெரிய வண்ணத்துப்பூச்சி

வாழும் நாட்களில் பிற உயிர்களிடமிருந்து தப்பி வாழ அவை தமது இறக்கைகளில் பெற்றிருக்கும் வண்ணம்தான் காரணம் என அறிவியல் உலகம் கண்டறிந்துள்ளது.

குறிப்பாக "ஹெலிகோனியஸ் நுமட்டா" வண்ணத்திகள் தேவைக்கு ஏற்றாற்போல சூழலுக்கு ஏற்ப தம் வர்ணத்தை மாற்றிக்கொள்வதும் பின் இயல்புநிலைக்குத் திரும்புவதும் இங்கிலாந்து மற்றும் பாரிஸ் பல்கலைக்கழக விஞ்ஞானிகளால் கண்டுகொள்ளப்பட்டுள்ளது. இன்னும் சில வகை வண்ணங்களை மாற்றாது துர்நாற்றத்தை தமது மலக்குழாய் வழியாகப் பீய்ச்சியடித்து எதிரிகளை நிலைகுலையச் செய்கின்றன. விஷத்தைக் கக்கி எதிரிகளைக் கொலை செய்யும் கொடுமையான வண்ணத்திகளும் உண்டு. அதேபோன்று தமது சிறகுகளில் உள்ள சித்திரங்களைக் காட்டி எதிரிகளைப் பயமுறுத்திவிட்டுத்.......... தப்பிக்கும் வண்ணத்திகளும் உள்ளன.

இயற்கையின் படைப்பில் மிக அருமையான உயிரினம் அது. துருதுருவென பறந்தாலும் பறவையாய் நாம் அதை நினைப்பதில்லை. ஒருபோதும் அடுத்த உயிரினத்திற்கு துன்பம் இழைக்காத இனமாம் அது. சாதுவான இனம். பல வண்ணங்களிலும், பலவிதமான வடிவமைப்பும் கொண்ட இனம்.

நாம் அதை பின் தொடர முயன்றாலும் நம்மால் அதனருகில் நெருங்க முடியாது. அதனைப் பார்த்தாலே பார்ப்பவர்களுக்கு புத்துணர்வு உண்டாகும். ஆம்! படிப்பவர்கள் சரியாக யூகித்தீர்கள். பட்டாம்பூச்சி என்கிற வண்ணத்துப் பூச்சியே அந்த இனம்

"ஒரு நந்தவனத்தின் அழகே அங்கே படபடத்துக் கொண்டிருக்கும் பட்டாம்பூச்சிகள்தான்" என்கிறார் கவிஞர்வில்லியம் வேர்ட்ஸ்வொர்த்.

வண்ணத்துப்பூச்சியைப் போல வாழ்வின் அனுதினமும் ரசிக்க கற்றுக் கொள்ள வேண்டும்.

அவ்வாறு மனதில் கொண்டால் நம் வாழ்விலும் பல அற்புத வண்ண-மயமான நிகழ்வுகளும், எதிர்மறை நிகழ்வுகளிலும் தைரியமாக இருக்க முடியும்.

பட்டாம்பூச்சிஅல்லதுவண்ணத்துப் பூச்சிஅல்லதுவண்ணாத்திப் பூச்சி(butterfly) என்பது கண்ணைக் கவரும், மிக அழகான நிறங்-களில் இறக்கைகள் உள்ள பறக்கும்பூச்சிஇனமாகும்.பற்பல வண்ணங்க-ளில் இறக்கைகள் கொண்டு, அழகாக இருப்பதனால், இவை வண்ணத்-துப்பூச்சி எனவும் அழைக்கப்படுகின்றன.

நான்

வாசகர்களால் நான்
வாசகர்களுக்காக நான்

முற்போக்கு எழுத்தாளர் வி.எஸ்.ரோமா – கோயம்புத்தூர்
+91 82480 94200
20 புத்தகங்கள் எழுதியுள்ளேன்
விருதுகள் பல பெற்றுள்ளேன்.
கதை , கவிதை, கட்டுரை, நாவல் பொன்மொழி, நாடகம்
எழுதுவேன்.

என்
எழுத்து
என் மூச்சுள்ள வரை
என் வாசிப்பே
என் சுவாசிப்பு
என்றும்

எழுதிக் கொண்டிருக்க வே
என் ஆசை

நான் திருமணமே செய்து கொள்ளாத பெண்மணி என்பதில்
எனக்கு மகிழ்வே.

என் எழுத்துக்கு முழு ஒத்துழைப்பு கொடுப்பவர்கள் என்
பெற்றோர்களே.

தந்தை
கா சுப்ரமணியன் _ தாசில்தார் - ஓய்வு

தாய்.
சு. கிருஷ்ணவேணி

என் பெற்றோர்களே
என்
எழுத்துக்கும்
எனக்கும் முழு ஒத்துழைப்பு தருகின்றவர்கள் என்பதில்
எனக்கு மகிழ்ச்சியே.

நான் ரோமா ரேடியோ
என்ற பெபரில் எஃப் எம் ஆரம்பித்துள்ளேன்.

என்
எழுத்து
என் ரோமா வானொலி மூலம்
எங்கும் ஒலிக்க
எட்டு திக்கும் ஒலிக்க
என் ஆவல்.

பெண்களை
பெரிதாக நினைத்துப்

பெரும் மகிழ்ச்சியடைந்து
பெருமைப் படுத்த வேண்டும்.

முற்போக்கு எழுத்தாளர்
வி.எஸ். ரோமா
Roma Radio
கோயம்புத்தூர்
+91 82480 94200